# Sari-saring Puso

Lyka Remorozo Orobia

Ukiyoto Publishing

All global publishing rights are held by

**Ukiyoto Publishing**

Published in 2024

Content Copyright © Lyka Remorozo Orobia

**ISBN 9789362697158**

*All rights reserved.*
No part of this publication may be reproduced, transmitted, or stored in a retrieval system, in any form by any means, electronic, mechanical, photocopying, recording or otherwise, without the prior permission of the publisher.

The moral rights of the author have been asserted.

This is a work of fiction. Names, characters, businesses, places, events, locales, and incidents are either the products of the author's imagination or used in a fictitious manner. Any resemblance to actual persons, living or dead, or actual events is purely coincidental.

This book is sold subject to the condition that it shall not by way of trade or otherwise, be lent, resold, hired out or otherwise circulated, without the publisher's prior consent, in any form of binding or cover other than that in which it is published.

www.ukiyoto.com

*This book is dedicated to my ever-supportive
self, family, friends, and those who read my poems. This is dedicated to you.*

# Contents

| | |
|---|---|
| Noon at Ngayon | 1 |
| Maskara | 5 |
| Punong Mangga | 7 |
| Tula para sa Bayaning si Rizal | 8 |
| Pangungulila | 9 |
| Paalam na | 10 |
| Pagsinta | 11 |
| Larawan | 12 |
| Nadaramang pilit na tinatago | 13 |
| Panulat ay Luha | 14 |
| Bff mo | 15 |
| Nagmahal ng sobra ngunit pinalaya pa | 18 |
| Tinig mo | 21 |
| Salamat Ama/Ina | 23 |
| Wala akong pakialam | 26 |
| *About the Author* | **28** |

# Noon at Ngayon

Ang tulang ito ay pinamagatan kong 'Noon at Ngayon'
Nais kong iparinig ang tulang ito sa mga kabataang nabuhay sa makabagong panahon.
"Kabataan ang pag- asa ng bayan" marahil lahat kayo ay narinig na ang linyang 'yan.
Ang pambansang bayaning si Gat Jose Rizal ang sa linyang iya'y nagwika
Iyon ay dahil siya'y naniniwala na tayong mga kabataan ang susi sa ating kaunlaran.
Nakasalalay sa ating mga kamay ang kinabukasang sa atin ay naghihintay.
Sa kasalukuyan, masasabi niyo pa bang kabataan ang pag- asa ng bayan,
Kung mismong kabataan ang sumisira sa kanilang kinabukasan?

Harana,
Alam niyo pa ba ang salitang iyan?
Marahil ang ilan sa inyo ay alam pa ang salitang harana.
Pero syempre, hindi 'yan simpleng salita lang.
'Yan ang ginagawa ng mga ginoo noong panahon ng ating kalolololohan.
'Yan ang iniaalay nila sa binibining kanilang nililigawan.
Ngunit kasabay ng pag-usbong ng makabagong teknolohiya
Ay ang paglaho ng ilan sa ating mga kultura.
Nasaan na ang mga Ginoong mala Crisostomo Ibarra
Nasaan na ang mga binibining mala Maria Clara
Meron pa ba?

"Chix", 'yan ang tawag ngayon sa mga babae.
Nasaan na ang noo'y binibini?

Kung noon ang damit ay Filipiniana o baro at saya,
Ngayon ay halos kita na pati kaluluwa.
Kung noon ay mahahabang palda,
Ngayon ay mini- skirt na kung tawagin na.
Kung noon ang damit ay halos kamay na lang ang nakikita,
Ngayon pati pusod nakalabas na.
'Yan ba ang "fashion" kung tawagin nila?
Ang uso ngayon kumbaga.

Sa mga Binibini, pakinggan niyo ito.
Nagsusuot ba kayo niyan para maging maganda o para sumabay sa uso?
Ano man ang inyong dahilan, lagi niyong tatandaan..
Ang kagandahan ay wala sa panlabas na kaanyuhan.
Wala rin sa pagsusuot ng damit na kita na pati tiyan.
Lalong wala sa iksi ng suot na palda, na kapag umupo ay kita na ang perlas ng silanganan.
Dahil ang tunay na kagandahan ay hindi nakikita sa pisikal na kaanyuhan.
Ito'y nararamdaman ng sinumang gawan niyo ng kabutihan.

Ang panlabas na kaanyuhan ay kumukupas tulad ng isang larawang kahit itago at pakaingatan
Ay kumukupas pa rin sa paglipas ng panahon.
Ito'y til isang bulaklak na nalalanta pagkalipas ng buong maghapon.

Kung noon uso ang harana, ngayon isang chat lang magkakajowa ka na.

*"500 likes magjojowa na ako"* post ng isang batang ang edad ay labing-tatlo.

*"Hindi masamang maging batang Ina. Hindi ko ikinakahiyang buntis ako sa edad na labing-tatlo. Ang boyfriend ko naman ay naging ama sa edad na labing-walo. Masayang-masaya kami ng boyfriend ko dahil sa biyayang dumating sa buhay namin. Nandiyan naman ang mga magulang ko para pakainin ang baby ko. #NormalizingTeenagePregnancy."*

Isang post sa Facebook ba agad nagpataas ng dugo ko sa ulo.

Hindi ba nila naisip ang mararamdaman ng mga magulang nila?

Hindi ba nila naisip ang pag-aaral nila?

Hindi ba nila naisip ang magiging kinabukasan nila?

Hindi ba nila naisip na hindi pa nga sila marunong maglaba

Ng mga panty at brief nila na magulang pa ang gumagawa,

Nagawa na nilang gawin ang isang bagay na hindi pa nila dapat ginawa.

Ang gawin ang bagay na ginagawa ng mga matatanda

Na siyang dahilan ng pag-usbong ng buhay sa sinapupunan ng bata.

Nakakalungkot isipin na karamihan sa kabataan ngayon ay wala nang respeto.

Hindi lang sa ibang tao, kun'di pati sa kanilang mga sarili mismo.

At ang masama pa, ginagawa nila 'yan para makasabay sa uso.

May mga nagpopost pa nga sa tiktok na sumasayaw halos kita na pati suso.

At ginagawa nila 'yan para mapuri ng ibang tao!

Paano sila irerespeto kung mismong sarili nila ay hindi nila magawang irespeto?

Ang respeto ay nagsisimula sa sarili mo

kaya kung gusto mong irespeto ka ng mga tao sa paligid mo,

Irespeto mo muna ang sarili mo!
At kung gusto mong mahalin ka ng mga tao sa paligid mo,
Mahalin mo muna ang sarili mo.
Dahil hindi mo mahahanap sa ibang tao
Ang pagmamahal na hindi mo kayang ibigay sa sarili mo!

Bago ko tapusin ang tulang ito ay nais kong mag- iwan
ng mga katanungan na maaari niyong pagnilayan
At isang paalala sa mga kabataan.
"Hahayaan niyo bang masira ang inyong kinabukasan,
O gagawa ng paraan para maituring muli na pag-asa ng ating minamahal na bayan?"
"Pipiliin niyo pa rin bang sumabay sa uso
O irespeto ang mga sarili niyo?"
Alin ba ang mas magandang pakinggan?
"Kabataan ang pag-asa ng bayan
O kabataan ang sumisira ng kanilang kinabukasan?"
Paalala sa mga kabataan,
"Ang kagandahan o kagwapuhan ay hindi nasusukat sa dami ng inyong naging kasintahan."

## Maskara

May isang Binibini akong matagal nang pinagmamasdan,
Suot lagi ang maskara mula noon pa man,
Laging nakangiti sa harap ng mga kaibigan.

Ang mahaba niyang buhok ba tila kay sarap hawakan,
Sa haba nito, lagpas na sa kaniyang baywang,
Sabi niya, "Ito ang tangi kong kayamanan"

Kapag siya naman ay nag-iisa,
Nakikita ko siyang nagsusulat ng tula
Habang malayo ang tingin at tulala.

Pagsapit ng hatinggabi,
Nakikita ko siya sa isang tabi
Nakayuko at maririnig ang hikbi.

Sa kabila ng patong-patong na problema,
Sa pag-aaral, sa sarili at pamilya,
Maririnig mo sa kaniyang hikbi ang bigat na dinadala.

Kahit sa sarili siya ay dismayado,
Laging iniisip ang sasabihin ng ibang tao
Kaya apektado pati ang kaniyang grado.
Pagbungad ng umaga,
Pilit niyang pinasisigla ang paos na boses niya

At pinipilit ngumiti ng labi niyang tuyot na.

Pagkatapos ay bubuntong-hininga
Panibagong umaga para isuot ang maskara
Maskara na laging nakangiti na tila walang problema.

Ang binibining iyon ay ako pala,
Ikinagagalak kong kayo ay makilala.

# Punong Mangga

Sa tuwing nag-iisa ako ay hindi ko maiwasang alalahanin ang mga nangyari sa nakaraan.
Sa palagay ko'y hindi ko na ito malilimutan.
Panahong kasama kita at masaya.
Habang pinag- paplanuhan ang kinabukasan nating dalawa.
Sabay na nangangarap sa ilalim ng punong mangga
Na siya ring lugar kung saan tayo unang nagkita.
Naalala ko pa noon, umiiyak ka nang una tayong magkita.
Iniiyakan mo ang dati mong sinisinta.
Ang taong akala mo ay iyo nang pahinga
Subalit hatid rin pala sa'yo ay luha.

Dahil sa iyong pagluha ang puso ko sa'yo'y naawa.
Agad kang nilapitan at kamay mo'y mahigpit na hinawakan.
Sabay sabing " okay lang 'yan, magiging maayos rin ang iyong pakiramdam"
Tumingin ka sa aking mga mata at iyong winika
"Salamat Binibini" dalawang salita na tila humaplos sa puso ko.
Doon nagsimula ang pagkakaibigan natin na umabot pa sa pag - iibigan.
Naging maayos ang lahat sa atin ngunit agad ring nag-iba.
Bumalik ang dati mong sinisinta at tinanggap mo ulit siya.
Lumapit ka sa akin at humingi ng paumanhin sabay sabing;
"Paumanhin, akala ko ay nalimot ko na siya, pero siya pa rin pala"

# Tula para sa Bayaning si Rizal

Sinulat ko ang tulang ito,
Ayon sa nakikita ko.

"Kabataan ang pag-asa ng bayan"
Tandang-tanda ko pa ang linyang 'yan.

Winika mo 'yan,
Kasabay ng pag-asang pag-asa ang kabataan.

Ngunit habang paligid ay aking pinagmamasdan,
Isang buntung-hininga ang aking pinakawalan.

Ang mga kataga na iyong binitawan,
Mananatili na lamang sa mga libro sa aklatan.

Mananatili na lamang sa tula,
Naming mga manunula.

Ngunit tulad mo,
Gamit ang papel at pluma na siyang sandata ko,

Sinusubukan kong hawakan ang kanilang mga puso,
Gamit ang mga tulang likha ko.
Ngunit paano ko pa sila susubukang kumbinsihin,
Kung literatura ay 'di na nila binibigyang pansin?

## Pangungulila

Ika-17 ng Abril, Dalawampu't labing-walo,
Nang ang aking Ina ay nilisan ang mundo,
Naiwan akong luha'y 'di maampat sa pagtulo,
Pighating nadarama ay hindi maitago,
Ikubli man sa ngiti, hindi pa rin maikubli ng mga mata ko.

Panahong magkasama tayo,
Nayayakap ka't nahahagkan ko.
Nakakain ko ang pagkaing niluluto mo,
Pagkagaling sa eskwela na ikaw agad ang hanap ko,
At maluluha kapag hindi maramdaman ang presensiya mo.

Nangungulila pa rin ako sa'yo Nanay ko,
Masakit lang isipin na nawala ka sa harap ko mismo,
Nakita ko kung paanong ang paghinga mo'y huminto,
At wala man lang akong nagawa kun'di matuliro,
Hindi alam ang gagawin, hindi alam kung ano ang mangyayari sa'kin,

Nanay ko, ilang beses kong hiniling na ika'y muling mayakap ko,
At hindi ko itatangging hiniling kong mawala rin ako,
Para makasama ka, Nanay ko .

## Paalam na

Sa murang edad, puso'y nawalan ng buhay.
Dahil sa isang tao na siya ring nagbigay- kulay.
Mapait isipin, masakit sa damdamin.
Pero ang taong 'yon ay akin nang palalayain.

Tunay ngang pag- ibig at kabiguan ay magkakambal,
Tayo'y masasaktan kapag tayo ay nagmahal.
Tanging pag- ibig ang aking inalay,
Ngunit sinuklian niya ito ng lumbay.

Paalam na, aking sinta.
Tatanggapin ko na lamang ang iyong pagkawala.
Nilisan mo ang puso kong sugatan
Kaya ang tulang ito ay sa'yo ko inilalaan.

## Pagsinta

Oh aking irog,
Bakit ako sa'yo ay nahulog?
Puso ko'y iyong binihag,
Laman ng panaginip sa magdamag.

Pagsinta ko sa'yo'y sadyang kay lalim,
Kahit mga bituin ay aking kukunin,
Pati buwan ay aking susungkitin
Ikaw lamang ay makapiling.

Sa ating unang pagtatagpo,
Agad nahumaling, aking puso.
Makita lamang ang mga ngiti mo,
Agad nagliliwanag, madilim kong mundo.

Pagsintang alay sa'yo hirang,
Pagsintang sa'yo lamang laan,
Pagsintang 'di mapaparam,
'Pagkat pag-ibig sa iyo'y walang hanggan.

# Larawan

Tanging naiwang alaala,
Larawan mong kupas na.
Ngunit sa aking gunita,
Mga alaala nati'y sariwang-sariwa.
Ang iwaglit ito'y 'di magagawa
Sapagkat ikaw ang tangi kong pagsinta.

Ilang dekada man ang lumipas,
Mga buwan, taon at oras.
Ako man ay dumanas
Ng matinding sakit at paghihirap,
Pag-ibig ko sa'yo ay 'di magwawakas
Dahil pagsinta mo ang hangad noon, ngayon at bukas.

# Nadaramang pilit na tinatago

Habang nakaupo sa iyong likuran,
Bawat galaw mo'y aking pinagmamasdan.
Pati pagsambit mo ng mga salita,
Hindi nakaligtas sa aking mga mata.

Mga tawa mong dinig sa buong silid,
Nagpapangiti sa'kin nang 'di mo batid.
Laging sa bawat galaw mo'y nakamasid,
Nadarama ang tinatawag na "kilig"

Kapag nahuhuli mo akong nakatingin,
Matamis na ngiti ang sukli sa akin.
Hindi ko alam kung ako ba'y aamin,
Baka kasi hindi mo ako saluhin.

Hanggang kailan ko kaya maitatago,
Ang nararamdaman nitong aking puso?
Natatakot na umamin at masaktan,
Kaya pipiliin kong itago na lang.

Pero ang tanong ko sa aking isipan,
Maitatago nga pero hanggang kailan?
Hanggang sa tuluyan bang maglaho ito,
O hanggang sa mapagod na ang puso ko?

# Panulat ay Luha

Sa gitna ng kawalan ng pag- asa,
Bigla akong may naalala...
Ang kwaderno ay agad na kinuha,
Tiningnan isa isa, ang bawat pahina.
Habang isa-isang binabasa, ako'y napabuntong-hininga..
Mga tulang isinulat noong ang utak ko'y sagana pa..
Namumukadkad pa sa mabulaklak na salita,
Masyado pang makulay, mababakas ang tuwa.

Habang nakangiti at binabasa ang sariling akda,
Bigla sa aking mata, may namuong mga luha.
Puso'y sumakit na para bang pinipiga,
Bakit ang gana ko sa pagsusulat ay nawala na lamang bigla?
Naubos ang akala kong walang hanggang tinta,
Kaya sa kahuli-hulihang pahina,
Naging panulat ko'y luha.
At doon ang luha ko'y nakabuo ng isang katha.

## Bff mo

Naalala ko dati, nagsisimula na ang pasukan,
Wala pang face to face kaya puro gc pa lang.
May nagsend ng friend request sa akin pero deadma lang,
Hindi ko naman kasi kilala at hindi ako mahilig makipag usap kanino man.

Nung minsang may nag add sa akin sa gc, nagbasa ako,
hanggang sa minention niya ang pangalan ko na may kasamang "hello"
Nagreply naman ako ng "hi" sabay sabing "ikaw pala yung nagsend ng fr sa akin?"
Tumawa lang siya sabay sabing "opo, ako nga yun"

Mula noon naging magkaibigan na tayong dalawa,
"Bff" pa nga ang naging tawagan natin diba?
Pero habang tumatagal, ako ay naiilang na,
Huli ko na napagtanto, nagugustuhan na pala kita.

Dumating ang face to face, araw araw na tayong nagkikita,
Lalo akong nahirapang itago ang nadaramang paghanga,
Umiwas ako, hindi kita kinakausap, tamang hi, hello, bff na lang ang usapan nating dalawa,
Mahirap man sa akin, kailangan kong umiwas para maglaho ang nadarama

Pero nung tumagal, lalo kang nagpursige na kausapin ako.
Ayaw ko namang maging unfair sa'yo,
Nakipag usap na lang din at naging mas close pa tayo.
Pero hindi ko inakala na isang araw may darating na mensahe mula sa'yo,
"Bff? may irereto ka ba sa'kin?" sabi mo.

Halos maluha ako pero sabi ko "wala pa, sa ngayon"
Pero maya-maya nagmessage ulit ako sa'yo,
Sabi ko "Meron pala" sabay lahad ng pangalan at magagandang katangian no'ng tao.
Gustong-gusto kong sabihin na "ako" pero pinigilan ko ang sarili ko.

Ayaw kong masira ang pagkakaibigan na meron tayo,
Ayokong masaktan tayong pareho sa dulo,
Ayokong magka-ilangan tayo,
Kaya kahit masakit, nireto ko pa rin siya sa'yo.

Alam ko rin kasing hindi ko deserve ang kagaya mo,
Langit ka at Lupa lang ako,
At alam kong hindi ko taglay ang standards mo,
Kahit isa yatang katangian na gusto mo, wala ako.

Handa akong maging kaibigan mo hanggang dulo,
Handa akong mag advice kapag nasaktan ang iyong puso,
Handa akong ibigay ang panyo ko at punasan ang luha mo.
Kasi ako 'to eh, yung Bff mo.

Masakit, oo, pero para sa ikasasaya mo,
Kung sana matapang ako,
Kung sana nasabi ko sa'yo ang nararamdaman ko,
Meron kayang magbabago?
Magtatanong ka pa ba kung ako ay may irereto sa'yo?
Ituturing mo pa ba ako bilang kaibigan mo?
Tatawagin mo pa ba akong "bff" kung alam mo?
At 'yun ang kinakatakot ko, ang iwasan mo ako.

# Nagmahal ng sobra ngunit pinalaya pa

Unang araw na nakilala kita,
Agad kong naisip na "Siya na"
Siya na ang babaeng gusto kong makasama sa t'wina.
Ang babaeng kasabay kong bubuo ng pangarap naming dalawa.
Kaya agad akong gumawa ng paraan, makuha lang ang atensiyon niya.
Nagbiro at gumawa ng kung ano-ano mapansin lang niya.

Hanggang sa nagtanong ako kung pwede manligaw at pumayag naman siya.
Lahat ng oras, atensiyon at pagmamahal ay ibinigay ko sa kaniya.
Dumating ang oras na ako ay sinagot niya na.
Pati pagtulog at paggising, ngiti ko'y di nawawala.
Hindi naman ako gwapo katulad ng iba,
Pero panalo ako dahil nakuha ko ang "oo" niya.

Tulad ng iba, ang relasyon namin ay hindi naging perpekto,
Away-Bati, may mga pagtatalo.
Pero nagiging maayos din, kapag siya na ay aking sinuyo.
Ako ang nanligaw sa kaniya kaya wala sa bokabularyo ko ang pagsuko.
Pinakilala ko siya sa pamilya ko,
Dahil proud akong sabihin na "Girlfriend ko 'to"

Hanggang isang araw, nalaman ko na aalis na pala siya.
Siya na ay pupunta sa bayan ng Laguna,
Para makasama ang mama niya.
Nung huling araw bago ang takdang pag-alis niya,
Umiyak ako at gustong-gusto ko siyang makasama.
Pero mas pinili niyang makasama ang lalaking tropa niya.

Wala akong magawa dahil mahal na mahal ko siya,
At lahat ay handa kong gawin, maging masaya lang siya.
Naging LDR kami, pero pinanghawakan ko ang pangako niya,
Na ako lang at hindi siya maghahanap ng iba.
Hindi mawawala ang love kahit malayo siya,
Kung mawala man ay ibabalik niya.

Lumipas ang mga araw ramdam ko na ang panlalamig niya,
Pati mga messages ko ay delivered pero hindi niya binabasa.
Masakit sa akin at iniisip na baka may iba na.
Baka hindi totoo ang sinasabi nila na " numero lang ang distansiya"
Sa loob ng isang taon na minahal ko siya,
Ni hindi ko nga naranasan na suyuin niya, ako lagi ang nanunuyo sa kaniya.

Hanggang sa naisip kong diretsahin siya,
Kokomprontahin ko lang at itatanong kung ako pa ba ang mahal niya
"Hindi na" dalawang salita na sa akin ay nagpaluha.
Oo, lalaki ako pero tangina, ano'ng ginawa kong mali para saktan niya?
Ang tanging ginawa ko ay mahalin siya,

Maraming tukso pero hindi ako nagpadala.

Kahit pala gaano pa kayo katagal na magkasama,
Kahit gaano niyo pa katagal minahal ang isa't isa,
Wala ka pa ring magagawa kapag nahulog siya sa iba,
Ang mahigit isang taon namin ay pinagpalit niya,
Dahil nahulog siya sa ilang araw niya pa lang nakikilala.
Sa huli, naiwan pa rin akong mag-isa habang tinatanong sa sarili kung ano ang ginawa kong masama.

Hindi alam kung paano magsisimula ulit, mula sa umpisa.
Nasanay kasi akong nasa tabi kita.
Ngayon hindi pa rin tumitigil ang luha,
At nasasaktan pa rin ng sobra-sobra.
Mali pala na binigay ko lahat at sa sarili ay walang tinira,
Kaya ngayon pati sarili ko ay hahanapin ko pa.

Ang galing mo rin talaga eh no?
Sinakto mo pa sa mismong araw na 'to,
Ang araw na dapat sana ay ipagdiwang,
Dahil araw ng kalayaan.
Pero bakit ako ang pinalaya at pinabayaan?
Ngayon alam ko nang para sa akin ang Araw ng Kalayaan!

## Tinig mo

Ang 'yong tinig na kay sarap pakinggan,
Tila musikang nanunuot sa aking tenga na dulot ay gaan,
Gaan sa pakiramdam na hatid ay kaligayahan,
Kaligayang natagpuan nang ang iyong tinig ay marinig.

Natutuwa ako sa bawat kilos na ginagawa mo,
Hindi matukoy kung ikaw ba ay ano!
Isa ka bang linyang pantay o baliko?
Ngunit sa kabila no'n, hanap ko pa rin ang tinig mo.

Kagabi, pumunta ka rito,
At aking nakita ang mukha mong maamo,
Nagawa mo pa ngang ligawan ako,
Niligawan mo ako sa paraang pinapangarap ko.

Pumunta ka sa bahay, at nagpakilala sa pamilya ko,
Pangalan, magulang, edad, pati pangalan mo.
Tapos itinanong mo sa kanila, kung pwede bang ligawan ako,
May po pa nga sa bawat pangungusap na binibigkas mo,

Nangako ka pa na hindi mo ako sasaktan,
At handa kang maghintay, kahit ilang taon pa 'yan,
Pumayag ang pamilya ko sabay sabing " ingatan mo 'yan"
At "Huwag hahayaang sa inyong pag-aaral ay maging hadlang"
Tumango ka sa pagsang-ayon at sumagot nang may paggalang,

Magmula noon ay iyo na ngang sinimulan,
Nanligaw ka sa akin sa paraang sakto lang,
Hindi nakakasakal, lagi mo pa akong kinakantahan,
Araw-araw magkasama, at nag-aaral nang sabay,
Lahat ng pagsusulit, ang ating marka'y nagpapataasan,
At ang bilang ng maling sagot ay bilang sa daliri lang,
Wala silang masabi sa'tin kaya walang humadlang,

Binigay ko ang aking "oo",
Araw ng pagtatapos nating pareho,
At ang nakakatuwa pa, may parangal tayo,
Kaya Hindi lang tayo ang masaya, pati pamilya nating pareho.

Biglang sa tilaok ng manok ay nagising ako,
Dahan-dahan akong bumangon at napagtanto,
Sa panaginip lang lahat 'yon ay mangyayari,
At talaga namang napakaimposible,
Dahil isa akong bato, habang ikaw ay bituin,
Napakalayo ng pagitan natin,
Ang hirap mong abutin,
imposibleng mapasa'kin,
Pwede ba akong maging isang bato sa kalawakan?
Para kahit paano, ay nakikita kita ng malapitan.

Lyka Remorozo Orobia

## Salamat Ama/Ina

"Ina/Nanay/Nay/Inay/Mommy/Mama"
O kahit ano pang tawag niyo sa kanila..
Nagawa mo na bang magpasalamat sa kanila?
Sa mga sakripisyong kanilang ginagawa?
Kung hindi pa, ngayo'y nais kong magnilay ka.

"Anak, bangon na tanghali na!"
Marahil karamihan sa atin, 'yan ang naririnig tuwing umaga..
Ang pambansang alarm clock mula pagkabata.
Lalo na kapag tayo'y papasok sa eskuwela.
Hanggang ngayong tayo na'y mga binata't dalaga.

Gigising ng maaga
Dahil mga anak niya'y may pasok pa.
Kahit inaantok, agad babangon na..
Agahan ng mga anak, kaniya pang ihahanda.
Pati mga uniporme, kaniya pang ipaplantsa.

Pagkatapos niyang gawin ang lahat ng gawain,
Tutungo sa silid at mga anak ay gigisingin.
May agad bumabangon, at may limang minuto pa'y hinihiling.
Ang Ina'y walang magagawa, siya na lamang ay maiiling.
Babangon ang mga anak, may pagkain nang nakahain.

Kapag oras na ng pagpasok ng mga anak sa paaralan,
Ihahatid ng Ina, hanggang sa kanilang bakuran.
'Di nawawala, mga paalala't tagubilin
Na 'di nawawala sa Inang nagmamahal sa'tin.
"Mag-iingat kayo ha, uwi ng maaga" kaniya pang bilin.

Pagkaalis ng mga anak, siya'y bubuntong-hininga.
Magsisimula na sa mga gawaing naiwan sa kaniya.
Maghuhugas ng pinagkainan, bahay ay lilinisan.
Mga maruruming damit, kaniya pang lalabhan.
Kaya pati pagkain, kaniya nang nakakaligtaan.

Pagkatapos sa mga gawain, siya na'y maliligo at lalabas rin.
Dala-dala ang bilaong may mga kakanin.
Kahit buong bayan ay kaniyang lilibutin.
Maubos lang ang kakaning pandagdag sa gastusin.
Pagod at pawis, 'di na niya pinagtutuunan ng pansin..

Pagkatapos maubos ng kaniyang paninda
Diretso sa palengke at mamimili na.
Makikipag -tawaran sa mga tindera.
Uuwi ng bahay, dala ang mga pinamili niya.
At meron pang meryenda para sa mga anak na galing eskwela.

Pagod, puyat, sakit ng likod ay 'di alintana.
Makita lamang na maayos ang mga anak niya.
Maibigay lamang ang pangangailangan nila.

Mapagtapos lamang ang anak, lahat gagawin niya.
Sipag at tiyaga ang puhunan dahil hanggang elementarya lamang ang napasukan.

Bago magtakip-silim,
Haligi ng tahanan ay darating na rin.
Pagod na pagod at sumasakit pa ang likod.
Masakit ang tuhod, dahil siya'y doble kayod.
Upang kaniyang pamilya ay kaniyang maitaguyod.

"Salamat Ama/Ina"
Nasabi niyo na ba 'yan sa kanila?
Simpleng pasasalamat, sila na ay matutuwa.
'Yon ay dahil alam nilang naaappreciate niyo ang kanilang ginagawa.
Lahat ng pagod nila, maglalaho na parang bula.

# Wala akong pakialam

Unang pagtatama ng ating mga tingin,
Alam kong may nag-iba sa aking damdamin.
Noong una'y 'di mawari, kahit pa aking isipin,
Ngunit napagtanto kong ikaw na ang sinisigaw ng damdamin.

Maraming nagsasabing hindi tayo pwede,
Hindi ka pwedeng magmahal ng kapuwa mo babae.
Anong pakialam ko sa kanilang mga sinasabi?
Mahal kita at ang magmahal kahit kailan ay hindi mali.

Bumibilis ang tibok ng aking puso,
Makita lamang ang mga ngiti mo.
Ngiting nakakapagpawala ng pag-aalala't tampo.
Dahil ikaw ang natatanging pahinga ko.

Marami mang humahadlang sa ating pag-iibigan,
Kahit pagkamuhi, kanila pang iparamdam.
Kahit paulit-ulit pa nila tayong husgahan,
Ang masasabi ko lang ay "wala akong pakialam".

Ang bilis pala ng panahon no?
Isang taon na agad tayo.
Pero hindi panahon ang pinahahalagahan ko.
Kun'di ang taong kasama ko 'sa loob ng isang taong ito.

Mahal tandaan mo,
Kahit sa susunod nating buhay ay ikaw pa rin ang pipiliin ko..
Pipiliin ko pa rin sa tabi mo,
Kahit sinasabi nilang mali ito.

Ang lakas ng loob nilang husgahan tayo,
Wala naman tayong tinatapakang tao.
Nagmamahalan lang naman tayo,
Mas bawal naman ang manghusga ng kapuwa-tao.

# About the Author

**Lyka Remorozo Orobia**

Lyka discovered that she can write poems when she was in highschool. She's a shy and quiet girl who doesn't like to be around many people. She doesn't like voicing out her feelings and decided to just write a poem about it. She's now in college and considered writing to be her passion. And being a well-known writer all over the world is her ultimate dream, which her family doesn't know about.